DL$_2$A

*Buluu publishing*

# UANDISHI KATIKA KISWAHILI

## ELIZABETH GODWIN MAHENGE

**DL$_2$A – BULUU PUBLISHING**

**Shirika n° W942004818**

**SIREN 801 114 968**

**UFARANSA**

Barua-pepe: buluu.publishing@gmail.com

# YALIYOMO


NENO LA UTANGULIZI      4

I. UTANGULIZI KUHUSU UANDISHI      6

II. FASILI ZA ISTILAHI MUHIMU      16

III. HATUA ZA UANDISHI WA INSHA      54

IV. MPANGILIO WA INSHA      62

V. MAKOSA KATIKA UANDISHI WA INSHA  64

VI. HITIMISHO      75

MAREJEO      77

# NENO LA UTANGULIZI

Uandishi wa kitabu hiki kinachohusu uandishi katika Kiswahili umetokana na juhudi za watu mbalimbali akiwemo Profesa Kulikoyela Kahigi ambaye licha ya kwamba sikuwa nimewahi kusoma kozi hizo katika shahada ya kwanza - aliniteua niwe msaidizi katika kusimamia somo hili. Alinielekeza vitabu mbalimbali vya kusoma ambapo alinitaka nisome na niulize maswali mbalimbali ambayo sikuyaelewa. Zoezi hili lilikuwa zuri kwa kuwa lilinifanya nipanue maarifa yangu kuhusiana na taaluma ya uandishi, uhariri, na uchapishaji kwa kiasi fulani. Kwa kufanya hivyo, kuliniwezesha kuwaongoza wanafunzi katika utafutaji wa mada za utafiti, uandikaji wa pendekezo la utafiti, na baadaye uandikaji wa ripoti ya utafiti. Kilichokuwa kikifanyika ni "understudying" na yeye ndiye aliyekuwa "mentor" katika kuninoa hadi leo hii nawashirikisha niliyojifunza kupitia katika kitabu hiki.

Haikuwa kazi rahisi kubobea katika uwanja huo, lakini kwakuwa alikuwa akinitia moyo - alinifanya nijiamini na hivyo kuweza kuwaongoza wanafunzi tangu hatua ya kwanza ya kutafuta mada; kutafuta malengo ya utafiti; kuandika pendekezo la utafiti; kuchambua data; na hatimaye kuandika ripoti za utafiti.

Vilevile, kutokana na kujifunza kutoka kwa Profesa Kulikoyela Kahigi kulinifanya niweze kusimama mwenyewe, na hivyo kuifundisha kozi ya Uandishi na Aina za Matini (SW 350) pamoja na ile ya Uandishi wa Kiwango cha Juu katika Kiswahili (SW 351). Niliiona kazi ni rahisi kwa kuwa kazi kubwa niliifanya nilipokuwa najielimisha kuhusiana na uwanja huu *(wakati wa 'understudying')*. Hatimaye, katika mwaka huu wa pili nilifundisha; nilisimamia semina; niliwaongoza wanafunzi katika kunyoosha mada zao za utafiti; kuandika mapendekezo; kuchambua data; na mwishoni kuandika ripoti za utafiti. Nakushukuru sana Profesa Kulikoyela Kahigi.

# I. UTANGULIZI KUHUSU UANDISHI

Kwa mujibu wa Wikipedia uandishi ni uwakilishaji wa lugha kwa njia ya maandishi kwa kutumia ishara na alama - yaani mfumo wa uandishi wa lugha husika. Lugha kwa mujibu wa Kamusi ya Kiswahili Sanifu ni "mpangilio wa sauti na maneno unaoleta maana ambao hutumiwa na watu wa taifa au kundi fulani kwa ajili ya kuwasiliana" (KKS: 201). Tafsiri ya lugha na ile ya uandishi zikiwekwa pamoja, tunaweza kufafanua kuwa, uandishi ni njia ya mawasiliano ambayo wanajamii hutumia lugha ili kuwasilisha mawazo yao kwa njia ya maandishi. Maandishi yanalenga kumpata msomaji atakayesoma kile kilichoandikwa na mwandishi; na kinyume chake kuna masimulizi ambayo yanalenga kumpata msikilizaji.

Uandishi upo wa aina mbalimbali kama vile: uandishi wa habari, uandishi wa kiweledi, uandishi wa kitaaluma, na uandishi wa kubuni. Uandishi utakaoelezewa kwa kina na kwa mapani ni ule wa kubuni – yaani unaolenga kuwaelimisha watunzi chipukizi wajue namna ya kutunga kazi za kubuni ambazo ni riwaya, hadithi fupi, ushairi, tamthiliya, maigizo ya jukwaani, redioni, televisheni na filamu. Lengo hili la kujifunza namna ya kuziandika kazi hizo litatekelezwa katika kitabu kingine ambacho ni mahsusi zaidi. Katika kitabu hiki tutafanya utangulizi tu kuhusu dhana ya uandishi kwa ujumla wake.

Uandishi wa habari unahusika na uchunguzaji na utoaji taarifa wa matukio, mambo, au mwelekeo wa jamii kwa hadhira pana. Lengo la uandishi wa habari ni kuwataarifu wananchi kuhusiana na jambo husika (Wikipedia, para.1). Uandishi wa habari huhusisha fani nyinginezo kama vile: uhariri, upigaji picha, na dokyumentari (filamu inayoonesha hali halisi).

Kwa mujibu wa Rioba, Kilimwiko, na Karashani uandishi wa habari unachukuliwa kama taaluma ya mawasiliano inayojihusisha na ukusanyaji, tathmini, na usambazaji wa habari au utoaji wa maoni kuhusiana na jambo livumalo katika jamii. Wanaendelea kumwelezea mwandishi wa habari kwamba, ni mtu anayejihusisha na uandaaji wa maudhui ya vyombo vya habari kama vile kuzikusanya habari, kuzitathmini, kuzichakata au kuzisambaza, na kutoa maoni kuhusiana na jambo lililopo katika jamii (2000:1 *Tafsiri yangu*).

Uandishi wa kiweledi ni uwanja unaoibukia; ni uwanja unatumia mikabala ya kitaaluma katika kutoa mafunzo ya jinsi ya kutumia lugha (ritoriki) kwa lengo ya kushawishi hadhira kupitia katika uandishi.

Waandishi wa kiweledi wanaweza kuajiriwa na kufanya kazi katika kampuni za uchapishaji, serikalini, wanahabari, maafisa masoko, wanasheria, walimu, au katika vyombo vya mawasiliano (Wikipedia, para.1).

Uandishi wa kitaaluma ni ule unaoelezea jambo kiyakinifu kwa kutumia muhtasari (ikisiri). Uandishi wa kitaaluma unatumia mtindo ambao ni wa makini sana, na unalenga kutazama jambo kiyakinifu: ili kuijulisha hadhira nini kinaendelea kutokana na uchunguzi; na kujenga hoja na mawazo kuhusiana na jambo lililochunguzwa. Uandishi wa kitaaluma unakusudia kuziba pengo ambalo limekuwepo katika taaluma bila kurudia yaliyoonwa na watafiti wengine. Uandishi huu unapatikana katika maeneo ya kitaaluma; na unasambaa kwa hadhira pana kwa kupitia kwa waandishi wa habari, vitini mbalimbali, hotuba, na majarida (Wikipedia, para.2). Uandishi wa kitaaluma unapaswa kuwa na lengo la utafiti; na umuhimu wa kufanya utafiti huo uelezwe kinagaubaga na uwasilishwe kwa ufasaha: ili kumwezesha mtafiti mwingine kuurudia utafiti huo na kupata matokeo yaleyale (Wikipedia, para.3).

Uandishi wa kubuni unachukuliwa kuwa ni pamoja na uandishi wowote ule wa kubuni au usio wa kubuni ambao sio wa kitaaluma (yaani uandishi ambao haufuati kaida za kitaaluma); na sio wa kiweledi (yaani haufuati kaida za kiweledi ambazo zinalenga kuandika kwa kushawishi wasomaji); na sio wa kihabari (yaani haufuati kaida za uandishi wa habari ambazo ni kukusanya taarifa, kuzitathmini, kuzisambaza, na kutoa maoni). Uandishi wa kubuni ni ule unaojitokeza katika riwaya, hadithi fupi, ushairi, tamthiliya, na filamu; vitu hivi ni miongoni mwa aina mbalimbali za uandishi wa kubuni (Wikipedia, para.1).

Paul Engle katika makala yake ya *"The Writer on Writing"* anaelezea uandishi wa kubuni (ashakum si matusi) ni sawa na kufanya mapenzi kwa kuwa inastaajabisha kuona mtu anapagawa (1963:3); sawasawa na uandishi wa kubuni ambapo mtu anapagawa na kujikuta anabuni matukio na kusimulia hadithi kwa namna akili yake inavyomtuma. Kwa maneno mengine Engle (1963) anastaajabu kuhusiana na ubunifu kufundisha - kwa kuwa yeye anaona ni uwezo alionao mtu ndani yake ambao unamfanya aandike na kubuni matukio mbalimbali.

Kwa mujibu wa Semzaba (1997:75), anasema "sanaa huanza na hizo ambazo kila mtu anazo". Nukuu hiyo ina maana kuwa, ubunifu wowote ule unatokana na hisi ambazo zinamsukuma mtunzi. Hisi hizo ni lile wazo linalomsumbua akilini ambalo anataka aliwasilishe ili hadhira ifahamu kilichopo moyoni mwa mwandishi. Semzaba anaendelea kuelezea kuwa, mtunzi huchagua umbo la kuwasilishia wazo lake kama ni hadithi fupi, riwaya, tamthiliya, ushairi (kimapokeo au kimasivina) - yote yanategemeana na uchaguzi wa mtunzi.

Mtu mwingine aliyejadili kuhusu uandishi wa kubuni ni Khamis (1983:246) yeye anaona kuwa uandishi wa kubuni ni namna mtunzi anavyoweza kuyasawiri maisha ya mwanadamu na kuyatungia taswira ambazo ziko mbali na mazoea ya mwanadamu; kwa kuwa ni maisha kulingana na anavyoyaona mwandishi katika dunia iliyomo kichwani mwake.

Naye Kezilahabi anaelezea kuwa, uandishi wa kubuni ni sawa na ufuaji chuma - ambapo mfua chuma ana uwezo wa kutengeneza umbo lolote kutokana na chuma hicho. Sawa na mwandishi kwani yeye hutunza visa vingi kichwani mwake na anao uwezo wa kuvifua visa hivyo na kutengeneza kazi mbalimbali zenye kuisaidia jamii kwa njia mbalimbali kama vile hadithi, michezo ya kuigiza na kadharika (Kezilahabi, 1983:237).

Tafsiri zote zilizodondolewa hapo juu, Wikipedia, Engle, Semzaba, Khamis, na Kezilahabi hazipishani sana katika kuelezea nini maana ya uandishi wa kubuni. Kwa maneno mengine, uandishi wa kubuni unaweza kuelezwa kuwa ni mchakato ambao unatokana na kipaji au kipawa na kujipika (kwa kusoma kazi nzuri za wengine), kujibidiisha ili uweze kuishi maisha yote - yaani yaliyopita, yaliopo, na yajayo. Mwandishi wa kubuni anatakiwa aweze kuchanganya maisha halisi na ya kubuni ili aweze kutoa kazi bora.

Baada ya kupitia maana za aina mbalimbali za uandishi, na ili kuweza kwenda sambamba katika kozi hii ya uandishi - hatuna budi kuelewa mambo ya msingi yakiwemo: maana ya utungaji, insha, snaa, sanaa za maonyesho, sanaa kwa maendeleo, nathari, tamthiliya, ushairi, hadithi, risala, na hotuba. Baada ya kupata fasili ya dhana au istilahi hizo, ndipo tutaweza kuendelea na mada mbalimbali zinazohusiana na suala zima la uandishi na baadaye utafiti. Katika mada za uandishi itaelekezwa namna ya kuandikwa miswada ya filamu, michezo ya redioni na jukwaani, pamoja na michezo ya kwenye televisheni, miswada ya ushairi, riwaya, na hadithi fupi.

# II. FASILI ZA ISTILAHI MUHIMU

**Utungaji** umetafsiriwa na Mrikaria (2009:1) kuwa ni "ni neno lenye kumaanisha namna au tendo la kutunga na kuyaweka maneno katika muundo wa kusikika au kusomeka".

Maana hiyo ya utungaji inaweza kufafanuliwa kuwa ni jinsi mtu anavyoweza kufikiria kitu katika akili yake na kisha kuwaeleza watu kile anachokifikiria kwa njia atakayoichagua kama ni maandishi au matamshi.

**Insha** kwa mujibu wa Shaaban Robert katika utangulizi wa kitabu chake cha *Diwani ya Shabaan Robert: Insha na Mashairi* (1967) ananukuliwa akisema

Hiki ni kitabu cha Insha na Mashairi. Watu ambao wamechoshwa na masomo ya maandiko ya kawaida watachangamshwa na masomo ya mashairi mazuri yaliyomo katika kitabu hiki; na wale ambao wamefadhaishwa na masomo ya mashairi wataburudishwa na masomo ya maandiko mema ya kawaida yaliyomo katika kitabu hiki vilevile. Ni kitabu cha manufaa kwa wote. (Robert, 1967: xvi)

Kutokana na nukuu hiyo, Shabaan Robert anatuambia kuwa insha ni maandiko mema ya kawaida ambayo yana uwezo wa kumburudisha mtu. Anaposema maandiko ya kawaida anamaanisha maandiko ambayo hayako katika umbo la kishairi na ambayo yanatumika kutoa maadili au mafunzo kwa yeyote atakayesoma. Shabaan Robert anaendelea kufafanua kuwa kila "insha ina namna yake ya mpango na ufasaha; na kila shairi lina namna yake ya sanaa na mtindo". Hii ina maana kuwa insha ina namna yake ya kuiandika kwa mpangilio maalumu wenye kuleta ufasaha tofauti na ushairi ambao unatumia sanaa na mtindo katika kuwasilisha ujumbe. Vilevile Shabaan Robert anaendelea kusisitiza kuwa lengo la insha sio kukariri bali ni kujitahidi kusoma na kutalii maana ya maneno, mpango wa ufasaha na hoja zilizotumiwa. Lengo ni kumwezesha mwanafuzni kuandika kisa cha insha kwa maneno fasaha na hoja zake mwenyewe.

Mtu mwingine aliyeelezea maana ya insha ni Msokile (1993) yeye anatema kuwa insha ni:

Utungo wa nathari wa kitaaluma juu ya jambo fulani; maandishi yanayotoa habari juu ya jambo fulani; maandishi ya nathari yanayojadili jambo ama wazo moja kwa ufupi ama mapana juu ya mada ambayo huelezwa kwa ufasaha" (1993:82).

Kwa mujibu wa Mrikaria, insha "ni mtungo wa

sentensi zenye kuelezea juu ya mada au jambo fulani" (2009:20). Vilevile, insha inaweza kutafsiriwa kuwa ni  utungo wa maneno kwa mtindo wa nathari juu ya jambo au habari fulani ambayo inaweza kuwa ni kazi ya ubunifu au la. Katika kitabu hiki cha Mrikaria (2009) insha imeelezwa kwa undani kuhusiana na aina zake; mambo muhimu katika uandishi wa insha; na sifa za mtunzi bora wa insha[1].

Wamitila (2007) anaelezea kuwa: "Insha ni utungo wa kinathari unaozungumzia suala au kusimulia kisa fulani. Utungo huu huwa na urefu wa wastani. Kisa hicho au suala hilo ndio mada ya utungo huo" (Wamitila, 2007:1).

---

[1]Mrikaria S. E. Utungaji 1: Stadi za Lugha ya Kiswahili. TUKI. Ukurasa wa 20 -27.

Mulokozi (1996) anaelezea insha kuwa ni:

Insha ni maandiko ya kinathari yenye kuelezea, kuchambua au kuarifu kuhusu mada fulani. Zipo insha za aina nyingi kama makala, hotuba, tasnifu, michapo, barua, sira, maelezo na kadharika. Insha nyingi ni fupi (kati ya maneno 500 na 10,000) japo zipo insha chache, kwa mfano tasnifu, zenye urefu wa kutosha wa kuwa kitabu (Mulokozi, 1996:45).

Maelezo ya Mulokozi kuhusiana na urefu wa tasnifu yana kasoro kwa kuwa ukisema 'urefu wa kutosha wa kuwa kitabu' maana yake ni nini? Kuna vitabu vingine vina kurasa chache mfano *Tendehogo* cha Edwin Semzaba (kurasa 24); *Huka* cha N. Ngahyoma (kina kurasa 30); *Msomi* cha Vicent Rukambeiya (kina kurasa 27). Kwa ujumla vitabu hivi ni vidogo na huenda hata idadi ya maneno isifike elfu tatu

(3,000). Kwa hiyo hoja ya urefu wa kutosha wa kuwa kitabu ina matatizo. Labda kama ingeelezwa urefu wa tasnifu ni kuanzia kurasa mia moja (kwa mfano tasnifu za uzamili) ambazo zitakuwa na maneno laki moja na nusu (150,000); na tasnifu za uzamivu kurasa mia tano (500) labda tungekubaliana naye. Kama ilivyo kwa Mulokozi, tatizo hilohilo linamkumba Wamitila anaposema insha ni utungo wenye 'urefu wa wastani' maana yake ni nini? Je, ni urefu kama wa barua ya kuomba kazi, au barua ya kirafiki? Kwa hakika, maelezo hayo yanaleta utata na hayamsaidii mwanafunzi kujifunza nini maana ya insha.

Kwa ujumla, maelezo ya insha yaliyotolewa na Robert (1967), Mrikaria (2009), Msokile (1993), Wamitila na Mulokozi (1996) hayapishani sana kimaana na kimantiki ijapokuwa kuna mapungufu hapa na pale kama tulivyoyaonesha kwenye aya zilizotangulia. Tunaweza kusema kuwa, insha ni utungo au maandiko ya kinathari (maandiko ya kawaida ambayo sio ya kishairi) yanayolenga kuelezea, kujadili, kuarifu, au kuchambua jambo fulani; jambo hili linaweza kuwa ni la kubuni au la. Kwa mfano, ukiambiwa uandike insha kuhusiana na ugonjwa wa UKIMWI; au Vita vya Kagera; au jinsi ulivyopokelewa shuleni siku ya kwanza; au jinsi ulivyompata mchumba – kitu utakachokiandika ni insha.

**Sanaa**: kama wanavyoeleza Bakari na Mterego (1995) ni dhana pana yenye maana pana. Wanakiri kwamba tafsiri nyingi zimekwishatolewa na wanafalsafa kuhusiana na dhana ya 'sanaa'. Wanachosisitiza ni mambo matatu ya msingi kwamba, kazi yoyote ile ya sanaa ni lazima iwe na

22

ubunifu, uasili, na uwasilishaji wa ujumbe fulani kulingana na hisia za msanii. Maana hiyo iliyotolewa na Materego na Bakari tunaiunga mkono kwa kuwa ili kazi iwe ya sanaa haina budi kuwa na ubunifu (yaani itokane na akili ya mtunzi); inatakiwa iwe na uasili (yaani isiwe imenakiliwa kutoka kwa mtu mwingine); na kitu cha mwisho ni uwasilishaji kulingana na hisia za msanii (ni ule uchaguzi wa umbo analotaka kulitumia mwandishi ili kuwasilisha mawazo yake - kama ni shairi, hadithi simulizi, hadithi fupi, riwaya, tamthiliya, au insha).

Mtu mwingine anayefasili sanaa ni Nkwera (h.t) yeye anasema kuwa "sanaa ni kitu kilichosaniiwa; yaani ni kitu kilichotengenezwa kwa ufundi na uzuri ili kuwavutia watu kwa uhodari (ufundi) wake". Kwa maelezo ya Nkwera sanaa inaweza kuwa katika maandishi, maongezi; ushonaji; uchongaji na kadharika (h.t:11). Anaendelea kuelezea kuwa sanaa ni ufundi wa mtu kuwasilisha mawazo yaliyo katika fikra zake ili yadhihirishe sura mbalimbali kama vile kwa njia ya maandishi, michoro, uchoraji, uhadithiaji, na ufuaji.

Maana hiyo ya Nkwera (h.t) na Materego na Bakari (1995) hazitofautiani sana kwa kuwa zote zinagusia mambo muhimu yanayoifanya sanaa iitwe 'sanaa' yaani sifa za ubunifu, uasili, na uwasilishaji; na vilevile ule uwezo wa kuathiri moyo wa msomaji, msikilizaji, au mtazamaji wa kazi ya sanaa kwa kutumia milango ya fahamu ambayo ni: kuona, kusikia, kuonja, kunusa, na kugusa.

**Sanaa kwa maendeleo ya jamii**: Materego na Bakari (1995) wanaelezea kuwa ni kitendo cha kuitumia sanaa kama mbinu ya kuleta maendeleo katika jamii; suala la kuyachambua matatizo ya kijamii kwa pamoja ni muhimu kwani utatuzi wake unahitaji nguvu ya pamoja kutoka kwa kila mwanajamii. Matatizo yabainishwe hadharani, yachambuliwe hadharani na njia za utatuzi pia zifahamike hadharani. Hii inasaidia kuwa na mtazamo wa pamoja kuhusu matatizo hayo na kila mtu kufahamu nafasi na wajibu wake katika kuleta mabadiliko yanayotakiwa hususani hatua ya utekelezaji, ufuatiliaji, na tathmini.

Wanaendelea kufafanua kuwa, mbinu hii ya utafiti kwa kutumia sanaa kwa maendeleo ni tofauti na mbinu zingine za utafiti kwa kuwa mbinu hii inamtaka mtafiti na mtafitiwa washiriki sawa kwa sawa katika kuzichambua habari na kuzitafsiri; huku ikitumika lugha na sanaa za wanajamii hao katika mawasiliano na mawasilisho ya matokeo ya utafiti.

Kwa mujibu wa Materego na Bakari (1995:2), sanaa kwa maendeleo ina mambo sita ya msingi ambayo ni pamoja na: chanzo na lengo ni wanajamii ambao hutayarishwa kwa ajili ya hadhira maalumu, juu ya tatizo kwa madhumuni maalumu, huwashirikisha watu katika hatua zote kuanzia kuyaelewa matatizo, kuyachambua, kuyaundia sanaa, maonyesho na majadiliano pamoja na utekelezaji wa yaliyoamuliwa. Hulenga ufuatiliaji wa jinsi ya kuyatatua matatizo kwa lengo la kuleta mabadiliko. Kitendo hiki huimarisha uhusiano kati ya sekta ya utamaduni na sekta zingine za maendeleo. Pia inatoa nafasi kwa viongozi kuelewa matatizo na mawazo ya wananchi. Dhana hii ya sanaa kwa maendeleo ya jamii imetumiwa na Penina Mlama katika tafiti mbalimbali zilizofanyika Msoga (Bagamoyo) na Malya (Mwanza) kwa kuzitaja kwa uchache. Mbinu hii ya sanaa kwa maendeleo ilileta mafanikio katika jamii hizo kwa kuweza kutatua matatizo yaliyokuwa yanaisumbua jamii kwa muda mrefu.

**Sanaa za maonyesho** kwa mujibu wa Mlama na Balisidya (1975) ni kitendo chochote chenye sifa nne ambazo ni mchezo, mchezaji, uwanja wa kuchezea, na watazamaji. Mfano mmojawapo tunaoweza kuutoa katika kudhihirisha sanaa za maonyesho ni utanzu wa tamthiliya (mchezo wa kuigiza) kama vile *Changamoto* (Mahenge, 2010) unapooneshwa jukwaani na kuwakutanisha hadhira na fanani ana kwa ana. Mlama na Balisidya (1975:7) wanaendelea kuelezea aina za sanaa za maonyesho za asili kuwa ni pamoja na: sherehe (jando, unyago, au kuzaliwa mtoto); ngoma; masimulizi ya hadithi; kusalia miungu; na majigambo.

Nkwera (h.t) anaelezea sanaa za maonyesho kuwa ni:

Sanaa (za) maonyesho ni maigizo katika fasihi simulizi. Ni tanzu moja na tamthiliya za fasihi andishi. Sanaa maonyesho ni maigizo ya mambo ya dhati yanayoondolewa kutoka kwenye hali zao halisi, kwenye mapito ya maisha, na kuwekwa au kurudiwa kimchezo tu na vikundi au kikundi cha waigizaji (Nkwera, h.t:243).

Nkwera (h.t) anaendelea kufafanua kuwa, miongoni mwa mambo yanayoigizwa ni maadhimisho na matukio muhimu katika maisha kama vile sherehe za ndoa na arusi, shughuli za uganga, kilio, uwindaji, ibada mbalimbali za jadi na kidini. Tofauti na sanaa vitendo ambayo maigizo mengi huchotwa, sanaa za maonyesho hazinakili kila tendo na kila neno kama lilivyotukia - hapa kuna uchaguzi na uhuru unaowezesha hata matukio mawili kuchanganywa. Kuna ubunifu wa mandhari, jukwaa, wahusika, maleba, mataa na kadharika. Anamalizia kwa kusema kuwa, sanaa za maonyesho zaoanisha utaalamu wa jadi na teknolojia katika ujenzi wa ploti, jukwaa, maleba maalumu, vionwa na kadhalika (Nkwera, h.t)

Semzaba anaona sanaa za maonyesho kuwa ni: "Sanaa za maonyesho ni uonyeshaji wa maisha kisanaa ambapo mwonyeshaji na hadhira huwepo mahali pamoja na wakati mmoja" (Semzaba, 1997:1). Anaendelea kusisitiza kuwa kuna mambo manne yanayoifanya sanaa iwe sanaa ya maonyesho kama vile tamthiliya; mambo haya ni pamoja na: mchezo au igizo lililoandikwa; wachezaji; hadhira; na uwanja wa jukwaa.

Tukizichunguza maana za sanaa za maonyesho kwa

mujibu wa Semzaba, Mlama na Balisidya pamoja na Nkwera hatuoni kupishana kwingi. Wote wanatumia maneno tofautitofauti kuelezea maana ileile. Tatizo linalojitokeza kwenye ufafanuzi wa Semzaba ni kuhusu kipengele cha mchezo, anaposema 'mchezo au igizo lililoandikwa' isije ikapotosha maana ya sanaa za maonyesho: yeye alikuwa analenga kuielezea 'tamthiliya' na ndiyo maana tuliiweka kwenye mabano. Vinginevyo, sanaa za maonyesho zinaweza kuwa zimeandikwa (tamthiliya) au hazijandikwa (michezo ya kuigiza ya kifaraguzi).

Kwa mujibu wa Semzaba (1997:1), sanaa za maonyesho zimechipuka kutokana na nadharia tatu mahususi ambazo ni pamoja na: nadharia ya miviga; nadharia ya fasihi simulizi; na nadharia ya mwigo wa Aristotle. Tutazifafanua nadharia hizi kama ifuatavyo:

**Nadharia ya miviga**: nadharia inayoonesha mwanadamu hakuyamudu mazingira yake kutokana na nguzu za ziada ambazo zilikuwa zikimkabili katika kuyatawala mazingira yake. Matetemeko ya ardhi, radi, mafuriko, njaa, vita, magonjwa na kadhalika - yalikuwa ni mambo yaliyomzidi binadamu na hivyo kutafuta msaada wa miungu ili kuyatatua matatizo hayo. Katika kuwasiliana na miungu ndipo sanaa ya maonyesho ilizaliwa.

**Nadharia ya fasihi simulizi**: ni nadharia inayotokana na utambaji wa hadithi mbalimbali katika jamii zetu. Watu walitambiana hadithi katika kuelezea jinsi walivyo mvizia mnyama hadi kumwua na kumchuna ngozi. Pia utambaji huu wa hadithi ulihusisha shughuli mbalimbali zinazofanya na jamii.

**Nadharia ya mwigo wa Aristotle:** binadamu wote hujifunza kwa kuiga kutoka kwa wengine na vilevile watu hufurahia kuangalia maigizo. Mathalani mtoto mdogo inakuwaje anapoanza kujifunza kuwasiliana? Bila shaka ni kwa kupitia njia ya uigizaji ndipo anajua jinsi watu wanavyowasiliana: jinsi watu wanavyoamkia, wanavyopokea vitu wanapopewa (mkono gani wa kupokelea), jinsi ya kuvaa nguo, kujisaidia msalani na kadharika.

Hizo ndizo nadharia zinazofungamanishwa na sanaa za maonyesho duniani kote - yaani katika Bara la Afrika; Ulaya; Asia; Amerika; na Australia.

**Nathari** kwa mujibu wa Wamitila (2003:164) ni neno linalotumika kuelezea uandishi wa kawaida ambao hauhusiani na ushairi. Anaendelea kuelezea kuwa haya ni maelezo ya mjazo ambayo huitwa na wengine 'maandishi ya tutumbi'. Kwa maelezo hayo ya Wamitila kuhusiana na nadhari, yanatuwezesha kuziorodhesha kazi zifuatazo katika utanzu huu. Kazi hizi ni: insha, riwaya na hadithi.

**Tamthiliya** kwa mujibu wa Semzaba (1997) ni aina mojawapo ya sanaa za maonyesho. Ni sanaa za maonyesho - ni uonyeshji wa maisha kisanaa ambapo mwonyeshaji na hadhira huwepo mahali pamoja na wakati mmoja. Tunaposema tamthiliya ni sanaa ya maonyesho tunamaanisha ule utenganishwaji wa matendo dhati na yasiyo dhati; vilevile ni ule utenganishwaji wa hadhira na fanani: yaani fanani anapokuwa jukwaani akifanya igizo, kwa upande wa hadhira humwangalia. Huo ndio utenganisho tunaoumaanisha. Kwa maneno mengine, tamthiliya ni utungo wa kisanaa ambao huweka wazo fulani katika matendo na mazungumzo. Ni utungo ambao unatumia mtindo wa majibizano kati ya mhusika mmoja na mwingine au kikundi cha watu.

Semzaba (1997) anaendelea kuelezea sifa za wahusika katika tamthiliya kuwa ni pamoja na: umbile, saikolojia, maadili, na majukumu ya kijamii. Kwa upande wa wahusika, inabidi kumchunguza na kumchambua mhusika kuwa anaonekanaje *kiumbo:* je ni mrefu au mfupi; je ni mnene au mwembamba; je ni mweupe au mweusi; je ni mwanamke au mwanaume. *Kimaadili* linaangaliwa suala la kufanya uchaguzi kati ya mambo mawili ambayo yanamkuta mhusika na kumweka njia panda. Je, mhusika atachagua kutenda jambo A na kuacha jambo B au itakuwaje? *Majukumu ya kijamii* inaangaliwa kazi aifanyayo mhusika katika jamii yake; je mhusika ni mwalimu, msukuma mikokoteni, mkwezi, au mwizi? Mwisho, inapoangaliwa sifa ya *saikolojia* linaangalia suala la kupenda na kuchukia. Je, mhusika akifanyiwa au akifanya nini anafurahi na anachukia nini? Mambo yote hayo ni muhimu katika kumjenga mhusika na kumfanya atofautiane na mhusika mwingine kwa lengo la kuwezesha kujenga utata katika tamthiliya. Utata huu ni muhimu kwa kuwa ndio unaoleta migogoro na migongano - jambo litakaloifanya tamthiliya ifikie kileleni.

Mulokozi (1996) anasema kuwa: "Tamthiliya au drama ni fani ya fasihi iliyokusudiwa kutendwa jukwaani kwa ajili ya hadhira fulani" (Mulokozi, 1996:183).

Mtu mwingine aliyeijadili maana ya tamthiliya ni Wamitila (2007) yeye anasema kuwa: "Tamthiliya ni utanzu ambao hutegemea mazungumzo na uigizaji ili kuwasilisha ujumbe wake. Huu ni utanzu ambao huandikwa kwa mtindo wa mazungumzo ya wahusika" (Wamitila, 2007).

Naye Nkwera (h.t) anaelezea kuwa tamthiliya ni: "Tamthiliya ni mchezo wa kuigiza au utungo wa kisanaa ambao huweka wazo fulani katika matendo na mazungumzo" (Nkwera, h.t).

Maana zote zilizotolewa hapo juu zinaelekeana kimaana japokuwa kuna hitilafu kidogo katika katika matumizi ya istilahi drama na mchezo wa kuigiza. Istilahi hizo ni tofauti kwa kuwa moja hadhira yake ni mtazamaji. Kwa maneno rahisi, drama au mchezo wa kuigiza ni kile kitu tunachokwenda kukitazama kikioneshwa jukwaani. Kwa maneno mengine, tamthiliya ni kile tukisomacho - ni kitabu kinachoelezea jinsi wahusika wanavyotumia majibizano na uigizaji ili kufikisha ujumbe.

"Hatuendi kwenye jumba la sinema au Ukumbi wa Nkrumah au Idara ya Sanaa na Sanaa za maonyesho (F.P.A) kuangalia tamthiliya-la! Tunakwenda kuangalia drama au mchezo wa kuigiza. Kinyume chake ni, hatusomi drama au mchezo wa kuigiza-la! Tunaangalia drama au mchezo wa kuigiza na tunasoma tamthiliya" (Mutembei katika mhadhara wa *Tamthiliya ya Kiswahili* SW 234, 2004, UDSM).

**Drama** kwa mujibu wa Mlama na Balisidya (1976:85) ni: "sanaa ya maonyesho yenye utamaduni wa nchi za Ulaya inayohusika na ufundi wa tamthiliya". Maana hiyo ya Mlama na Balisidya inaweza kufafanuliwa kuwa drama na tamthiliya ni kama pande mbili za sarafu moja: upande mmoja ni ule utendekeaji wake ambao watu huutazama (drama au igizo), na upande wa pili ni ule ufundi wa kuiandika na kuelekeza nini kifanyike na nani na kwa namna gani huku yakitumika majibizano kati ya wahusika (tamthiliya). Kwa hiyo ikiwa katika hali ya **maandishi ni tamthiliya;** na ikiwa katika **utendekaji** jukwaani ni **drama au igizo** (au mchezo wa kuigiza). Tunayoisoma ni tamthiliya na tunayoitazama ni drama au igizo. Hatutazami tamthiliya na wala hatusomi drama ua igizo.

**Hadithi** kwa mujibu wa (Muhando na Balisidya, 1976:44) "ni fani ya fasihi iliyo na umbo maalum". Wanaendelea kufafanua kuwa hadithi inapaswa iwe na usanifu ili kuifanya isiwe maongezi tu au maandishi ya kawaida. Tafsiri hiyo haisaidii sana katika kuelewa maana ya hadithi lakini tunaweza kuiboresha kwa kuongezea kuwa, hadithi ni mtungo wa habari za mambo yaliyotukia au ya kubuni ambayo yanapaswa yawasilishwe kwa mtiririko ulioungana vema ili kuleta mantiki. Hadithi inaweza kuwa ni kisa cha kubuni au cha kweli; ngano; masimulizi; hekaya; habari za kubuni; au riwaya.

Mtu mwingine anayeelezea hadithi ni Alex Ngure (2003:2) anasema kuwa: "...ni masimulizi yanayojikita katika kisa kimoja chenye uzito kimaana. Inambidi mwandishi wa hadithi fupi achague tu yale mambo ya lazima kuyaelezea". Hadithi fupi aghalabu huwa na mhusika mkuu anayehusishwa na matukio makuu katika hadithi nzima.

Naye Kitula King'ei (2005:65) anaelezea hadithi kuwa ni: "masimulizi ya kimfululizo yasiyo ya kishairi. Hadithi ni mojawapo ya vipera vya fasihi simulizi". Anaendelea kufafanua kuwa "hadithi hizo za fasihi simulizi ni fupifupi na hutumia mtindo wa moja kwa moja ili vieleweke kwa urahisi. Pia hadithi hizo huweza kuhusisha nyimbo ili zifikishe ujumbe kwa hadhira kwa njia nzuri zaidi".

Maana za Mlama na Balisidya (1976), Alex Ngure (2003) pamoja na Kitula King'ei na Kisovi Catherine N.M. (2005) tunakubaliana nazo kwa kuwa zinajitosheleza na zimejaribu kugusia kwa kina sifa za msingi za hadithi.

**Riwaya** kwa mujibu wa Said Mohamed Abdula imepata tafsiri nyingi katika nadharia ya fasihi. Wapo waliozingatia kigezo cha urefu na kuonekana kuna mapungufu katika kigezo hiki - kwa sababu ni urefu wa kimuundo, kimaudhui, kilugha, au yote kwa pamoja? (Abdula, 1995:66). Anaendelea kufafanua kuwa katika riwaya kuna hadithi - yaani simulio linalokwenda hatua kwa hatua katika mfunguko wa matukio, visa, na mikasa inayojengwa katika matendo fulani yanayofanywa na wahusika ambao hutenda au kutendana kuisukuma mbele hadithi kiwakati na kipahala, huku wakiibua jambo au kile kinachoitwa taharuki kwa hadhira. Pia anaendelea kufafanua kuwa, riwaya inatakiwa ijibu maswali matano ambayo ni pamoja na: nani anafanya nini; wapi anafanyia; wakati gani anafanya; afanye nini na nani; na kwa vipi? (Abdula, 1995:66).

Mtu mwingine anayetafsiri riwaya ni Njogu na Chimerah (1999) wanafafanua kuwa ni: "utungo mrefu wa kubuni, na wenye ploti, uliotumia lugha ya nathari" (1999:35). Maelezo ya Abdula tunakubaliana nayo bila shaka yoyote kuhusiana na maana ya riwaya. Ila fasili ya riwaya kwa mujibu wa Njogu na Chimerah ina kasoro kuhusiana na kipengele cha 'urefu' kwa kuwa kigezo hicho tu hakiwezi kuifanya riwaya iwe na sifa ya kuwa riwaya. Lakini kwa upande mwingine tunakubaliana nao kuwa riwaya inahitaji ploti (yaani msuko wa matukio), na lugha ya nathari.

Mulokozi (1996) anaelezea kuwa wataalamu katika Lugha ya Kiswahili wameelezea maana ya riwaya kwa namna tofauti. Wataalamu hawa ni pamoja na Muhando na Balisidya (1976:63); na Mlacha na Madumulla (1991:1) ambao walizingatia kigezo cha urefu. Mulokozi anaendelea kukiri kwamba, fasili zao zina walakini lakini anaiona fasili ya Senkoro ndiyo inayoelezea kwa uzuri maana ya riwaya. Senkoro kama alivyonukuliwa katika Mulokozi (1996:139) anasema kuwa riwaya ni:

Sifa ya uchangamano ni nzuri zaidi kuelezea maana ya riwaya. Twaweza kusema kwamba riwaya ni kisa mchangamano ambacho huweza kuchambuliwa na kupimwa kwa mapana na marefu kifani na kimaudhui. Riwaya ni kisa ambacho urefu wake unakiruhusu kitambe na kutambaa vizingiti vingi vya maisha kama apendavyo mwandishi wake. Riwaya basi, ni hadithi ndefu ya kubuni, yenye visa vingi, wahusika zaidi ya mmoja, na yenye mazungumzo na maelezo yanayozingatia kwa undani na upana, maisha ya jamii (Mulokozi, 1996:139).

**Ushairi** kwa mujibu wa Mulokozi (1996) ni:

Sanaa iliyopambanuliwa kwa mpangilio maalumu wa maneno fasaha na yenye muwala, kwa lugha ya mkato, picha, sitiari au ishara, katika usemi, maandishi au mahadhi ya wimbo, ili kuleta wazo au mawazo, kufunza au kuelezea tukio au hisi fulani kuhusu maisha au mazingira ya binadamu kwa njia inayogusa moyo. Mulokozi na Kahigi, (1982:25) kama walivyonukuliwa katika (Mulokozi 1996:96).

Mtu mwingine aliyeelezea maana ya ushairi ni Mathias Mnyampala (1965) yeye anasema kuwa:

Ushairi ni msingi wa maneno ya hekima tangu kale. Ndicho kitu kilichobora sana katika maongozi ya dunia kwa kutumia maneno ya mkato na lugha nzito yenye kunata iliyopangwa kwa urari wa mizani na vina maalumu kwa shairi" (Mnyampala,1965: vii).

Mnyampala anaendelea kusisitiza kipengele cha kutosheleza shida ama haja za shairi akitahadharisha wale wenye mtazamo kuwa shairi linapaswa liwe fupi na kwamba shairi refu ni baya - lahasha; kila shairi linapaswa lijitosheleze haja yake kama ni fupi au refu. Haipaswi kulazimisha shairi fupi liwe refu, na refu liwe fupi - kila moja litategemeana na kile akisemacho mwandishi kama kimejitosheleza ama la.

Mtu mwingine aliyezungumzia kuhusu ushairi ni Shabaan Robert yeye anasema:

Ushairi ni sanaa ya vina inayopambanuliwa kama nyimbo, mashairi, na tenzi zaidi ya kuwa sanaa ya vina ushairi una ufasaha wa maneno machache au muhutasari. Mwauliza wimbo, shairi, na tenzi ni nini? Wimbo ni shairi dogo, shairi ni wimbo mkubwa, na utenzi ni upeo wa ushairi. Mwauliza tena kina na ufasaha huweza kuwa nini? Kina ni mlingano wa sauti na herufi. Kwa maneno mengine huitwa mizani ya sauti; na ufasaha ni uzuri wa lugha. Mawazo, maoni, na fikira za ndani zinapoelezwa kwa muhutasari wa ushairi huvuta moyo kwa namna ya ajabu (Robert, 1968:61).

Abdilatifu Abdala (1973) anaelezea kuwa ushairi ni:
... na utungo ufaao kupewa jina la 'ushairi' si utungo

katika kila ubeti wake kuna ulinganifu wa vina vitukufu vilivyopangwa kimoja baada ya chenziye; wenye vipande vilivyo na ulinganifu na mizani zisizopungua wala zilizozidi; na vipande hivyo viwe vimetandwa na maneno ya mkato maalumu na yenye lugha nyofu, tamu, na laini, lugha ambayo ina uzito wa fikira, tamu kwa mdomo wa kuisema, tumbuizi kwa masikio ya kusikia na yenye kuathiri moyo uliokusudiwa na kama ulivyokusudiwa...

Tatizo la fasili za Robert (1968), Mnyampala (1965), na Abdala (1973) ni kule kuona kwamba shairi linapaswa lipambanuliwe kwa vina na mizani. Wachambuzi hawa wanaona kuwa vina na miziani ni uti wa mgongo wa Ushairi wa Kiswahili.

Kwa upande mwingine, fasili ya Mulokozi na Kahigi (1982) ndiyo yenye mawanda mapana ambayo inaelezea ushairi ni nini kwa kuzingatia kanuni na misingi ya utanzu huu. Fasili yao ndiyo tunayoiunga mkono na inashadidiwa na Massamba (1983) anapoelezea tanzu za ushairi wa Kiswahili kuwa ni pamoja na: tumbuizi, nyimbo, shairi, tenzi, mashairi, na ngonjera (ukurasa wa 60-94). Anaendelea kuelezea aina za mashairi, mitindo, na miundo ya mashairi. Pia amegusia sifa za mtunzi wa ushairi kwamba anapaswa awe na kitu kinachomsukuma na sio kuwa na vina tu bila wazo. Vilevile ameongelea kitu muhimu kwa mtunzi ni kuelewa falsafa za maisha za watu wengine na kuona anatofautianaje nao au anafanananao vipi. Pia mtunzi huyu anapaswa kujua hisia za watu wengine kuhusu falsafa yake na wanapingana naye kwa vipi na kwa nini (Massamba,

1983:81). Unaweza pia kujifunza zaidi kuhusu namna[2] ya kujifunza, kuliandika, na kulifumbua shairi la Kiswahili katika kazi ya S. A. Kibao.

**Risala** kwa mujibu wa Kiango (2009:60)

Ni aina mojawapo ya hotuba iliyoandikwa na kundi fulani la watu k.v. wanafunzi, wafanyakazi, wanamichezo, wanakijiji n.k. walielezea mafanikio yao, malengo yao ya baadaye, matatizo yanayowakabili wakati wa kutekeleza shughuli zao za maombi yao kwa uongozi wa juu ili kuondoa kero walizonazo.

Kwa maneno mengine, risala inaweza kutafsiriwa

---

2 S.A. Kibao 96-113; Hatua mbalimbali za kubuni na kutunga mashairi ya Kiswahili. Saldan A. Kandoro 114-125; Uchunguzi katika ushairi wa Kiswahili. E.kezilahabi. 145-163.

kuwa ni taarifa inayopelekwa kwa mtu au watu fulani inayoelezea haja. Risala inatakiwa iwe taarifa fupi na inasomwa mbele ya kiongozi kwa niaba ya kundi fulani la watu kwa lengo la kutoa maelezo na kuonyesha msimamo wa kundi hilo kwa kiongozi. Mfano ni risala ya TAUSA – Handeni Kilindi *(Tanga University Students Assocciation)* iliyosomwa na Elizabeth Mahenge kwa niaba ya WanaTAUSA- siku waliyokutana na wanafunzi wa Shule ya Sekondari ya Handeni[3].

---

3TAUSA – Handeni Kilindi *(Tanga University Students Assocciation)* – huu ni Umoja wa Wanafunzi wanaoishi au wenye asili ya mkoa wa Tanga tawi la Handeni na Kilindi. Tawi hili lilikuwa na viongozi watano ambao ni Andrew Mntambo (Mwenyekiti), Sakina Mwinyimkuu (Katibu), Elizabeth Mahenge (Makamu wa Katibu), Cheni Kigoda (Mwekahazina) na Athumani Ramadhani (Makamu Mwenyekiti). Wanafunzi

**Hotuba:** kwa mujibu wa Mulokozi (1996) anaelezea kuwa:

Hotuba ni mazungumzo rasmi ambayo huwasilishwa kwenye vikao rasmi vya kimila, kisiasa, kidini, na kadhalika. Hotuba rasmi hutolewa na mtu maalumu nwenye uzoefu na umilisi mkubwa wa lugha. Hotuba hizo hupangwa kimantiki na hutolewa kisanaa: methali, nyimbo, michapo na kadhalika hutumika kwa wingi; mtoaji hutumia mbinu za ulumbi, kwa

---

hawa walijitolea kufanya ziara ya kuhamasisha umuhimu wa elimu kwa watoto wa kike na kiume katika maeneo ya  Mkata, Kabuku, na Kwamsisi. Pamoja na uhamasishaji huo, mada za kujitambua, ujinsia, utandawazi, UKIMWI, elimu ziliwasilishwa na WanaTAUSA. Wakati wa kuhitimisha ziara hiyo, risala ya WanaTAUSA – Handeni Kilindi ilisomwa na Elizabeth Mahenge  siku waliyokutana na wanafunzi wa Shule ya Sekondari ya Handeni tarehe....

mfano kurudiarudia vipashio fulani vya lugha ili kuvuta hisia za wasikilizaji, na mbinu za sanaa za maonyesho hutumika (Mulokozi, 1996:48).

Kwa mujibu wa Wamitila (2007:93) anasema kuwa: "Hotuba ni taarifa yenye urefu fulani inayosomwa mbele ya hadhira fulani".

Hatukubaliani na fasili ya Wamitila (2007) kwa kuwa inaleta utata. Anaposema eti ni taarifa yenye urefu fulani je ni urefu kama wa barua ya kikazi, riwaya, au hadithi fupi? Fasili yake haimsaidii mwanafunzi katika kuielewa maana ya hotuba. Ila maelezo ya Mulokozi kuhusiana na maana ya hotuba tunayaunga mkono kwa kuwa ameelezea vizuri na kwa undani akigusia sifa muhimu anazopaswa kuwa nazo msoma hotuba na mbinu anazoweza kuzitumia ili kunogesha mazungumzo hayo.

Tunaweza kuongezea kuwa, mifano mizuri ya watoa hotuba ni kwenye nyumba za ibada ambako Makardinari, Mashehe, Mapadri; Maaskofu; na Wachungaji hutumia mbinu zilizotajwa na Mulokozi hapo juu ili kuvuta usikivu wa hadhira. Vilevile, mfano mwingine wa watoaji hotuba ni Rais akihutubia Taifa au Bunge; viongozi mbalimbali wa kiserikali wakihutubia kwenye mikutano ya hadhara au sherehe mbalimbali walizoalikwa kuzungumza. Hivyo, hotuba ni maelezo maalum yanayotolewa na mtu mmoja mbele za watu. Kwa mfano, hotuba ya Waziri Mkuu wa Jamhuri ya Muungano wa Tanzania Bwana Mizengo Pinda kwa WanaTATAKI[4] wakati

---

4Waziri Mkuu wa Jamhuri ya Muungano wa Tanzania Bwana Mizengo Pinda alisoma hotuba yake kwa WanaTATAKI siku ya uzinduzi wa TATAKI katika ukumbi wa Nkrumah jijini Dar es

wa kuzaliwa Taasisi ya Taaluma za Kiswahili mwaka 2009.

Baada ya kuangalia kwa muhtasari mada zitakazozungumziwa kwa upande wa uandishi wa kubuni, na sanaa kwa ujumla; kinachofuata sasa ni kujadili hatua mbalimbali zinazofuatwa katika uandishi wa insha.

---

Salaam Juni 1, 2009. Hotuba ilihusu umuhimu wa kutumia Kiswahili kama ilivyoagizwa katika matamko mbalimbali ya viongozi. Alikemea 'ulimbukeni' wa kung'ang'ania Kiingereza hata katika mazingira ambayo Mwingireza ni mmoja kati ya umma wa Watanzania ambao hawaelewi Kiingereza bali Kiswahili. Alisisitiza ukarimani utumike pale inapobidi lakini Kiswahili ndicho kitumike katika kuzungumzia mambo yanayowahusu Watanzania.

# III. HATUA ZA UANDISHI WA INSHA

Katika uandishi wa insha, zipo hatua kadhaa za kuzingatiwa ili insha yako au andiko lako liwe zuri. Miongoni mwa hatua hizo ni kama zifuatazo:

Kwanza, ni kuchagua mada – hapa unapaswa ujiulize swali la msingi ambalo ni: je unataka kuandika juu ya kitu gani? Au jambo gani? Mathalani, unataka kuandika kuhusu upishi wa mlenda au mchunga? Kwa hiyo unatakiwa uchague mada.

Pili, ni kuiwekea mada yako mipaka – hapa inabidi utambue kuwa mada yako itagusia mambo gani kwa kuwa, kila jambo lina ujumla na umahususi wake. Katika hatua hii, itakuwa vizuri kuipanga insha yako kividokezo kwamba, katika utangulizi; katika kiini;

na katika hitimisho utazungumzia nini? Je, utatumia mifano ya jumla au mahususi na kwanini na kadharika.

Tatu, ni kuamua lengo la insha – je, lengo unalolitaka ni lipi? Je unataka kushawishi? Kuhamasisha? Kuelezea na kufafanua? Au kufundisha? Au unataka kugusa hisia za wasomaji wako? Chukulia mfano wa kadi za mialiko na kisha linganisha na matini za kisayansi au hadithi na kadhalika. Katika aina hizo za uandishi kuna utofauti wa malengo ambao unasababisha utofauti wa insha hizo.

Nne, ni kuuamua mpangilio wa insha - je unataka insha yako iwe na mpangilio gani? Je, unataka ianzie na chanzo ambacho kitatuwezesha kufahamu matokeo? Au utaanza na matokeo ya jambo fulani na kisha ndipo utufahamishe kuhusu chanzo chake au sababu za utokeaji huo? Unaweza kufikiria kuhusu riwaya ya *Mzimu wa Watu wa Kale* ambayo inaanza na mwisho na kurudi mwanzo au riwaya ya *Nyota ya Rehema* ambayo inaanza na mwanzo na kuendelea hadi mwisho. Ni uchaguzi wako kuamua unataka mpangilio wa kazi yako uweje.

Tano, ni kuandika insha kwa umbo lililopendekezwa na Aristotle katika kitabu chake cha *Poetics* (384-322) – ambacho kinaelekeza muundo wenye mwanzo, kati, na mwisho kama ulivyo muundo wa tamthiliya ya Kigiriki. Aristotle akijadili muundo wa tamthiliya anasisitiza muundo wenye sehemu tatu, ambapo kuna ya mwanzo – hii inatambulisha wahusika na mada pamoja na mahusiano waliyonayo wahusika wako ili kuweze kujengeka migogoro. Katika sehemu ya pili au ya katikati inatakiwa uikuze migogoro iweze kukua na kubadili mwelekeo wa mchezo. Katika sehemu ya tatu au ya hitimisho inatakiwa litolewe suluhisho au hitimisho la mgogoro ambapo kunatakiwa kuwe na mshuko wa mgogoro.

Sita, ni kupitia insha na kuifanyia marekebisho. Ni vema kuandika na kuivumbika kazi yako - yaani kuiweka kama vile umeisahau ili muda upite na mawazo yako yawe mapya unapoisoma. Vile vile waweza kumpa mtu mwingine akusomee ili kusaidia kuona makosa ambayo yatasaidia kuiboresha kazi yako.

Vilevile, Khamisi (1983:244-257) anaelezea hatua mbalimbali za kubuni na kutunga riwaya. Hatua hizo zinaweza kufanyiwa marekebisho na kutumika katika aina mbalimbali za utunzi kama vile wa insha, hotuba, risala kwa kutaja kwa uchache. Yeye anachambua hatua tisa ambazo mtunzi hana budi kuzitumia. Hatua hizo ni kama zifuatavyo:

i) Mwandishi anatakiwa awe na hisia zinamsukuma kuandika na kusanii. Hisia hizo zinatokana na utamaduni unaomzunguka ambapo huona, huonja, hunusa, huhisi, na husikia. Milango hiyo ya fahamu humwezesha kuzitalii tabia za binadamu.

ii) Mwandishi anatakiwa afanye utafiti wa kutosha ili kuweza kulielewa jambo analotaka kuliandika. Hii itamwezesha kujua mwanzo na mwisho wa andiko lake utakuwaje.

iii) Mwandishi aamue mpango wa kazi yake kama ni riwaya, ushairi, au tamthiliya. Kila utanzu una kaida zake lakini zote huzingatia mtiririko wa msuko wa kisa ili kujenga taharuki na kugusa hisia za ndani (shairi).

iv) Uandishi wa mswada - kama ilivyo kwa maisha ya kila mwanadamu, kuna siku utajikuta una hamu ya kuandika ufanye hivyo! Lakini unapoona hujisikii - huoni hamu haipaswi kujilazimisha kwa lengo la kufikia mwisho haraka.

v) Kuusoma mswada – ni muhimu kuusoma mswada kwa sauti na kwa kuiga mazungumzo na majibizano katika mazungumzo, pamoja na kufuata kaida za mipando na miteremko ya sauti inavyoambatana katika kiimbo cha lugha.

vi) Kupiga taipu mswada – haishauriwi kupigiwa taipu sio kwa ajili ya ubahili bali ni hatua muhimu inayomwezesha mtunzi kuwarekebisha na kuwakosoa wahusika. Vilevile, mawazo mazuri huja, lugha mwanana

hutiririka na kadharika. Usipigiwe taipu - piga
mwenyewe.

vii) Kuusoma tena mswada – baada ya kuuchapa
huusoma tena wote kama mwanzo. Kwanza
kwa sauti na kisha kimya kimya kwa
madhumuni ya kuhakikisha mtiririko, hisia,
vionjo vinakuwepo. Pia inabidi uusambaze
kwa marafiki na wajuzi wa mambo hayo ili
upate picha halisi ya atakachokutana nacho
msomaji baada ya kazi kuwa madukani. Ni
hatua nzuri ya kupata nasaha za wengine ili
kutoa kazi nzuri zaidi.

viii) Kuvumbika mswada - baada ya kuwapa watu
wengine wausome na kutoa maoni yao,
mwandishi ayapitie na kuzipekua dosari
zilizoonekana. Baada ya kupima maoni yao

uamue kuyachukua au la. Baada ya kuuvumbika mswada kaa kitako urekebishe kurasa zenye kasoro na sio kurekebisha kazi nzima.

ix) Matayarisho ya mwisho - baada ya kuuchapa mswada wako uhifadhi kisha andika barua yenye kuonesha muhtasari wa kazi yako na upeleke kwa mchapishaji uliyemchagua. Subiri majibu yake. Kisha ujaridi mswada wako na kuuweka bahashani kisha mpelekee au utume kwa njia ya rejusta kama uko mbali naye.

Hizo ndizo hatua tisa za utunzi wa riwaya kwa mujibu wa Khamisi (1983). Kama tulivyotangulia kueleza hapo juu, mtunzi wa kazi nyingine kama vile za kiubunifu au la, anaweza kutumia hatua hizohizo na akafikia lengo lake vizuri.

# IV. MPANGILIO WA INSHA

Ni namna gani utaweza kuipangilia insha yako? Katika kujaribu kulijibu swali hili, mwandishi anaweza kuzingatia mambo yafuatayo:

1) Kuandika kichwa cha habari kwanza - kwa kufanya hivyo, itasaidia kuyaweka mawazo yako katika mada unayotaka kuiandika na mambo yatakayojumuishwa.

2) Kuchagua marejeo yanayohusiana na mada unayoishughulikia. Je, utawezaje kulifanya jambo hili? Itawezekana kwa kufanya utafiti mdogo wa uchaguzi wa kazi zinazohusiana na mada yako; kisha andika orodha ya kazi utakazozitumia ili usije ukazisahau baadaye.

3) Weka orodha ya sehemu na vijisehemu ili kuleta

picha kamili ya maudhui ya andiko lako. Itahusiana na uliyoyaona, uchambuzi wa data na hoja zako, na hitimisho.

4) Andika sehemu na vijisehemu kwa kuanza na moja baada ya nyingine. Kumbuka kuwa msomaji wako hatambui kitu ulichokiandika; kwa hiyo, andika kwa usahihi na ufasaha ili aweze kufuatilia vizuri yale uliyoyaandika. Baada ya kuzingatia mpangilio huo, ihakiki insha yako ili usahihishe makosa ya kiuandishi na kimantiki. Ukiona iko sawa na haina dosari yoyote - ikabidhi kwa mwalimu wako.

# V. MAKOSA KATIKA UANDISHI WA INSHA

Katika uandishi wa aina yoyote ile, matatizo hayakosi na inabidi ufanye uhakiki mara unapomaliza kuandika insha yako. Lengo ni kuhakikisha kuwa wasomaji wako wanapata ujumbe uliokusudia bila kupoteza au kuharibu maana kutokana na makosa ya kizembe. Miongoni mwa makosa haya ni pamoja na: makosa ya kisintaksia yaani kukosekana upatanisho wa kisarufi kati ya kiima na kiarifu; kukosea herufi za uakifishi; makosa ya herufi; kutonyooka kwa wazo; kukosa muunganiko wa  mawazo; kuchanganya mawazo mawili au zaidi katika aya moja; na uwasilishaji mbaya au mbovu.

Makosa mengine ni kama vile: kutokuwa makini katika uandikaji wa sentensi; kukosekana usambamba wa njeo, hali, na kauli; matumizi mabaya ya kauli ya kutenda na kutendwa; kukosekana kwa uhusiano kati ya kichwa cha habari na habari yenyewe; matatizo ya tafsiri; matatizo ya finyazo; na athari ya matamshi katika maandishi. Tutafafanua makosa haya ya kiuandishi kama ifuatavyo:

Makosa ya uakifishi hutokea kwa kushindwa kutumia vizuri alama za uakifishi ili kuonesha uhusiano wa neno na neno katika sentensi au  kati ya sentensi. Kama vile: kushindwa kutumia kiusahihi kituo (.); koma (,); nukta pacha (:); swali (?); nukta mkato (;); mshangao (!); funga na fungua semi (" "); mkato wa juu ('); kimstari au haifa (-); deshi (...); mabano ( ); mabano ya pande nne ([ ]); slashi (/). Ili kujijuvya kuhusiana na matumizi sahihi ya alama za uandishi na uakifishi, wanafunzi wanashauriwa wasome kitabu kiitwacho *Mwongozo wa Waandishi wa Kiswahili*[5] *cha* BAKITA; *Utungaji (1)*[6] cha Steven Mrikaria; na *Utungaji (2)*[7] cha John Kiango ambavyo kwa pamoja vinaelimisha juu ya matumizi sahihi ya alama za uandishi.

Makosa mengine ni kukosea herufi ya neno wakati unaandika kazi. Ili kuepukana na tatizo hili, inashauriwa kuangalia kwenye kamusi yale maneno usiyo na uhakika nayo ili uje herufi zake kama ni

---

[5]Mwongozo wa Waandishi wa Kiswahili, BAKITA.

[6]Utungaji 1: Stadi za Lugha ya Kiswahili. Mrikaria, S. TUKI. Dar es Salaam. 2009

[7]Utungaji 2:Stadi za Lugha ya Kiswahili. Kiango, J.G. TUKI. Dar es Salaam. 2009

sahihi au la. Unaweza kufanya kosa hili kwa kudondosha herufi mojawapo katika neno bila kufahamu kwamba umekosea. Mara nyingi matatizo haya hutokea pale ambapo hutarajii kufanya kosa. Yote haya yanachangia katika kumpotosha msomaji.

Kukosekana upatanisho wa kisarufi kati ya kiima na kiarifu nalo ni tatizo wanalokumbana nalo waandishi wa Kiswahili. Mathalani, kama una sentensi inayosema: *"watoto zake hulia kila mara"*. Hapa upatanisho wa kisarufi kati ya nomino na kitenzi haupo kwa kuwa sio sahihi kusema *'watoto zake'* kwa kuwa kimilikishi hicho *'zake'* kinatumika katika ngeli nyingine na sio ngeli ya kwanza inayohusika na viumbe hai. Kiusahihi ilipaswa sentensi hii isomeke hivi: *"watoto wake hulia kila mara"*.

Kutonyooka kwa wazo ni tatizo jingine ambalo

linawakumba waandishi wengi wanaojifunza stadi hii ya uandishi. Ili msomaji aweze kukusoma na kukufuatilia kwa kile unachokisema – ni muhimu uhakikishe wazo lako limenyooka. Je, utawezaje kufikia usahihi huo: mbinu ipo nayo ni kumpa mtu mwingine ambaye ni tofauti na wewe ili akusomee kazi yako na kukukosoa pale ambapo panampa utata wa aina yoyote ile. Kwa kufanya hivyo kutakuwezesha mwanafunzi kuandika mawazo ambayo yamenyooka.

Kukosekana muunganiko wa mawazo kati ya sentensi moja na nyingine; au kati ya aya na aya; na kati ya aya zote zinazojenga wazo kuu. Ni kanuni ya msingi katika uandishi wowote ule ambao ni makini kwani hakupaswi kuwe na mgongano wa hoja katika andiko husika. Ni muhimu kila sentensi, aya, au kifungu cha maneno kihusike katika kuifanya matini au andiko litiririke kimawazo.

Kuchanganya mawazo mawili au zaidi katika aya moja – hili nalo ni tatizo linalowakumba waandishi wengi chipukizi. Kila aya inapaswa ibebe wazo moja, na endapo wazo tofauti likijitokeza – basi lianzishiwe aya yake.

Uwasilishaji mbaya au mbovu wa andiko lako unaweza kumfanya msomaji ashindwe kusoma na kuitupilia mbali kazi yako. Ni lazima kwa mwandishi yoyote yule kuhakikisha kwamba anajua masharti, kanuni, na miongozo mbalimbali itakayomwezesha kuandika kazi vizuri; na kuipangilia kwa ustadi kulingana na vigezo vyake ili imvutie msomaji wake.

Kutokuwa makini katika uandikaji wa sentensi ni tatizo jingine ambalo lipo. Mara nyingi kumekuwepo na waandishi ambao wanaandika kazi bila kutuliza mawazo yao kitu kinachowafanya wakosee. Jambo hili pia linajitokeza kwa baadhi ya kazi za wanafunzi katika vyuo vyetu (kazi za nyumbani na hata mtihani).

Kukosekana kwa uhusiano kati ya kichwa cha habari na habari yenyewe – hili ni tatizo ambalo linajitokeza sana katika habari za kwenye magazeti. Japokuwa waandishi katika uwanja huu wanalitetea jambo hilo kuwa ni mbinu ya kuuza magazeti – lakini kufanya hivyo ni kupitiliza kwa kuwa wangeweza kutengeneza vichwa vyenye mvuto hata bila ya kuvipotosha.

Makosa ya tafsiri nayo yamekuwa yakiwasumbua waandishi wengi. Matatizo haya yanajitokeza katika miktadha mbalimbali ya kutafsiri kisisisi bila kuzingatia miundo ya lugha lengwa. Kwa mfano, imekuwa ni kawaida katika vyombo vya habari kusoma habari kama hizi: *"Serikali inatumia Sh 30 bilioni kutibu wagonjwa wa saratani" (chanzo ni Gazeti la Mwananchi la Jumanne Oktoba 19, 2010. Habari imeandikwa na Luis Rwize).* Hili ni kosa la kimuundo kwa kuwa muundo wa lugha chanzi unaanza kutaja kivumishi kabla ya nomino – yaani *'thirty biillion';* wakati lugha lengwa ina muundo unaotangulizi nomino kabla ya kivumishi – yaani *'bilioni thelathini'.* Kwa hiyo, kutokuzingatia kanuni za kiisimu za lugha lengwa na lugha chanzi ni tatizo kubwa ambalo linasumbua waandishi wengi wa habari za magazetini hapa nchini Tanzania.

Matatizo ya finyazo nayo yanajitokeza sana katika maandishi na mazungumzo ya watumiaji lugha ya Kiswahili. Wazungumzaji wa lugha hii wanasahau kwamba, finyazo inasimamia jina la kampuni, chama, au chombo chochote kile cha serikali au binafsi; wanachofanya ni kuipachika finyazo hiyo katika ngeli isiyohusika. Tutatoa mifano ili tuweze kueleweka: *"CCM, CHADEMA waparuana Moshi Mjini" (chanzo ni Gazeti la Majira la tarehe 30 Oktoba 2010 siku ya Jumamosi na mwandishi wetu).* Hapa pana kosa la ngeli ambalo limekuwepo kutokana na matumizi ya finyazo ambayo yamemchanganya mtumiaji wa lugha, na kumfanya asahau kuwa finyazo hiyo inasimama badala ya Chama cha Demokrasia na Maendeleo (CHADEMA) kwa upande mmoja; na Chama cha Mapinduzi kifupisho chake ni (CCM) kwa upande mwingine; vyote hivi upatanisho wake ni wa ngeli ya KI/VI. Kwa usahihi kichwa hicho cha habari kilipaswa kuandikwa hivi: *"CCM, CHADEMA vyaparuana Moshi Mjini"*. Badala yake imetumika ngeli ya

M/WA inayoonesha CHADEMA na CCM ni binadamu au viumbe hai. Ila tatizo hili linaanza kupungua kwasababu kuna baadhi ya waandishi ambao wamegundua kosa hilo na wanarekebisha matumizi yao ya Kiswahili.

Mwisho, ni athari ya matamshi katika maandishi. Hili nalo limekuwa ni tatizo linalowasumbua waandishi wengi katika uandishi wa Kiswahili. Kuna baadhi ya wazungumzaji wa lugha ya Kiswahili wanashindwa kuongea kwa ufasaha kutokana na athari ya lugha mama – na jambo hili linajitokeza katika uandishi wao. Kuna watu hawana 'h' au mahali ambapo hapatakiwi kuwe na 'h' wao wanaipachika. Kwa mfano, baadhi ya wazungumzaji ambao asili yao ni Wahaya huwa wanashindwa kuzingatia matumizi sahihi ya 'h' na kinyume chake. Si ajabu ukamsikia mtu akisema *'hasili ya binadamu ni sokwe mtu'* badala ya kusema: *'asili ya binadamu ni sokwe mtu'*. Mifano iko mingi tu kama vile ya Wachaga, Wamasai, Wakurya, Wasukuma, Wanyamwezi na wengineo kwa kuwataja kwa uchache. Kila mmoja katika makabila tuliyoyataja na yale ambayo hatukuyataka, asipozingatia matumizi sahihi ya lugha ya Kiswahili - atajikuta akifanya makosa ambayo hakukusudia kuyafanya.

Wamitila (2007) anaelezea makosa ya uandishi katika insha za mitihani na kubainisha kuwa ni pamoja na: makosa kuhusiana na aya; makosa ya mtindo na lugha; makosa ya kisarufi; makosa ya tahajia au hijai; ufupi; ukosefu wa mantiki; na makosa ya uakifishaji[8].

---

[8] Wamitila, K.W. Mwenge wa Uandishi: Mbinu za Insha. 2007.

# VI. HITIMISHO

Katika kitabu hiki cha kwanza tumezungumzia utangulizi kuhusiana na uandishi kwa ujumla. Tumeelezea maana za uandishi wa kitaaluma; uandishi wa kiweledi; uandishi wa habari; na uandishi wa kubuni. Pia zimefasiliwa istilahi muhimu katika uandishi wa kubuni na ule usio wa kubuni. Lakini kwa kuwa kitabu hiki kinalenga kuwanoa wanafunzi wa uandishi wa kubuni ili wajue kaida zake, tumetumia muda mwingi kufafanua kinagaubaga kumbo mbalimbali zilizomo katika uandishi wa kubuni. Vilevile, tumezungumzia hatua za uandishi wa insha; mpangilio wa insha; na mwisho

---

Kuhusiana na makosa ya uakifishaji anayadadavua kwa kina katika kurasa za 119-137

tumegusia makosa ya kiuandishi ambayo yanafanywa na watumiaji wa lugha ya Kiswahili na mbinu ya kuyaepuka.

# MAREJEO


BAKITA, (1994) Mwongozo wa Waandishi wa Kiswahili

BROCKETT, O. (1964). *The Theatre: An Introduction.* United States of America: Holt, Rinehart, and Winston Inc

KIANG KIANGO, J. G. (2009) *Utungaji 2: Stadi za Lugha ya Kiswahili,* TUKI. Dar es Salaam

MRIKARIA, S.E. (2009) *Utungaji 1: Stadi za Lugha ya Kiswahili,* TUKI. Dar es Salaam

SEMZABA, E. 1997. *Tamthiliya ya Kiswahili.* Open University of Tanzania

SENKORO, F.E.M.K. (1987) *Fasihi na Jamii (Toleo la 2),* Dar es Salaam: KAUTTU Ltd.

MAKOYE, 2007, *Changamoto katika ukuzaji wa sanaa za maonyesho Tanzania,* www.dramatool.com

TUKI. (1981). *Kamusi ya Kiswahili Sanifu.* Nairobi: Oxford University Press.

WAMITILA, K.W. (2001). *Uhakiki wa Fasihi. Misingi na Vipengele Vyake.* Nairobi: Standard Textbooks Graphics and Publishing.

WAMITILA, K. W. (2003). *Kamusi ya Fasihi, Istilahi, na Nadharia.* English Press: Nairobi.

WAMITILA, K. W. (2007) *Mwenge wa Uandishi: Mbinu za Insha.*

WIKIPEDIA

What is theatre? Imesomwa Jumanne, 25 Mei, 2010
http://en.wikipedia.org/wiki/theatre

What is writing? Imesomwa Jumatano, 13 Okt., 2010
http://en.wikipedia.org/wiki/Writing

DL₂A – Buluu publishing,

17, rue de l'amiral COURBET,

94130 NOGENT-SUR-MARNE,

FRANCE


ISBN : 979-10-92789-13-3

5€

Dépôt légal juillet 2014.